Impressum
Verlag: BABADADA GmbH, Nedderfeld 112 , 22529 Hamburg
Geschäftsführer / Verlagsleitung: Harald Hof
Druck: Books on Demand GmbH, In de Tarpen 42, 22848 Norderstedt

Imprint
Publisher: BABADADA GmbH, Nedderfeld 112 , 22529 Hamburg, Germany
Managing Director / Publishing direction: Harald Hof
Print: Books on Demand GmbH, In de Tarpen 42, 22848 Norderstedt

scol
shule

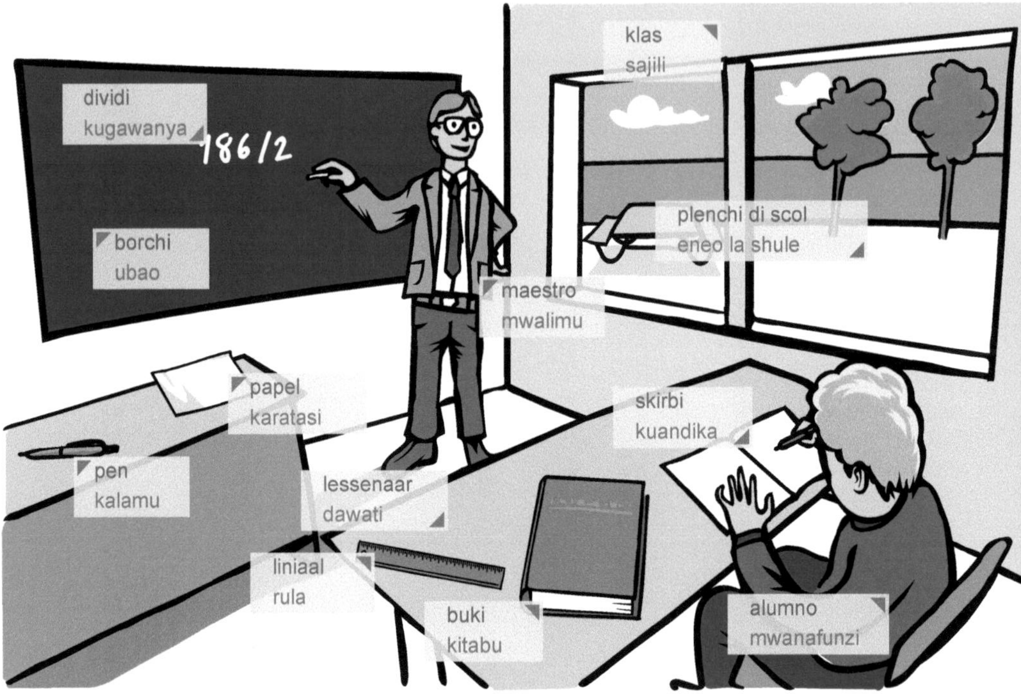
klas
sajili
dividi
kugawanya
186/2
plenchi di scol
eneo la shule
borchi
ubao
maestro
mwalimu
papel
karatasi
skirbi
kuandika
pen
kalamu
lessenaar
dawati
liniaal
rula
buki
kitabu
alumno
mwanafunzi

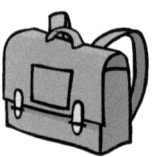

tas di scol
mkoba

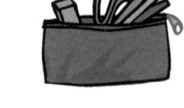

etui
kikasha cha penseli

potlood
penseli

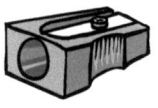

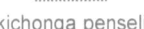

slijper
kichonga penseli

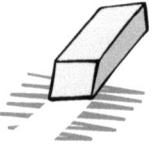

gum
mpira

buki di pinta
pedi ya kuchora

pintura

uchoraji

cuashi

brashi ya rangi

caha di verf

sanduku la rangi

sker

mkasi

lijm

gundi

schrift

daftari

huiswerk

kazi ya nyumbani

number

nambari

suma

jumlisha

kita

ondoa

multiplica

zidisha

conta

kokotoa

letter

barua

alfabet

alfabeti

hello

palabra

neno

texto

maandishi

lesa

kusoma

krijt

chaki

les

somo

klassenboek

sajili

examen

uchunguzi

diploma

cheti

uniform di scol

sare za shule

estudio

elimu

enciclopedia

elezo

universidad

chuo kikuu

microscop

darubini

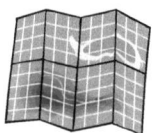

mapa

ramani

bari di sushi

kikapu cha kuweka karatasi
chafu

biahamento
usafiri

hotel
hoteli
Grand
posada
hosteli
ROOMS
oficina di cambio
ofisi ya ubadilishanaji
maleta
sanduku
auto
gari

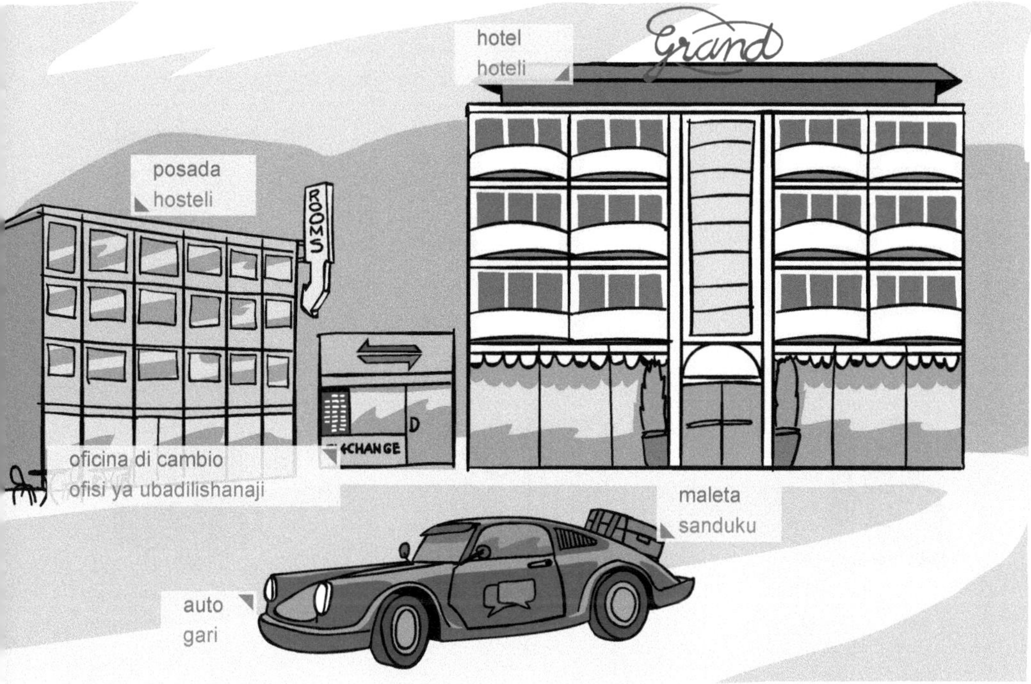

idioma

lugha

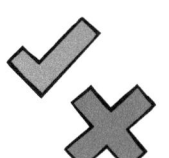

si / no

ndiyo / la

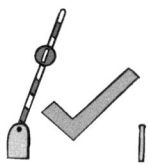

bon

sawa

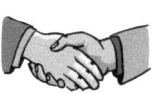

hallo

hujambo

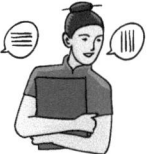

tolk

mtafsiri

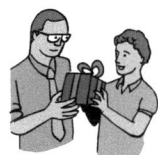

masha danki

Asante

Cuanto esaki ta costa?

kiasi gani ni ...?

Mi no ta compronde

Sielewi

problema

tatizo

bon nochi

Jioni njema!

Bon dia!

Habari za asubuhi!

Bon nochi!

Usiku mwema!

ayo

kwa heri

direccion

mwelekeo

maleta

mizigo

handbag

mfuko

rugtas

shanta

huesped

mgeni

camber

chumba

slaapzak

begi la kulalia

tent

hema

informacion pa turista

taarifa ya utalii

lama

ufuo

credit card

kadi

desayuno

kifunguakinywa

cuminda di merdia

chakula cha mchana

cuminda di anochi

chakula cha jioni

carchi

tiketi

cabe'i boto

kuinua

stampia

muhuri

grens

mpaka

duana

mila

embahada

ubalozi

visa

visa

paspoort

pasipoti

transport
usafiri

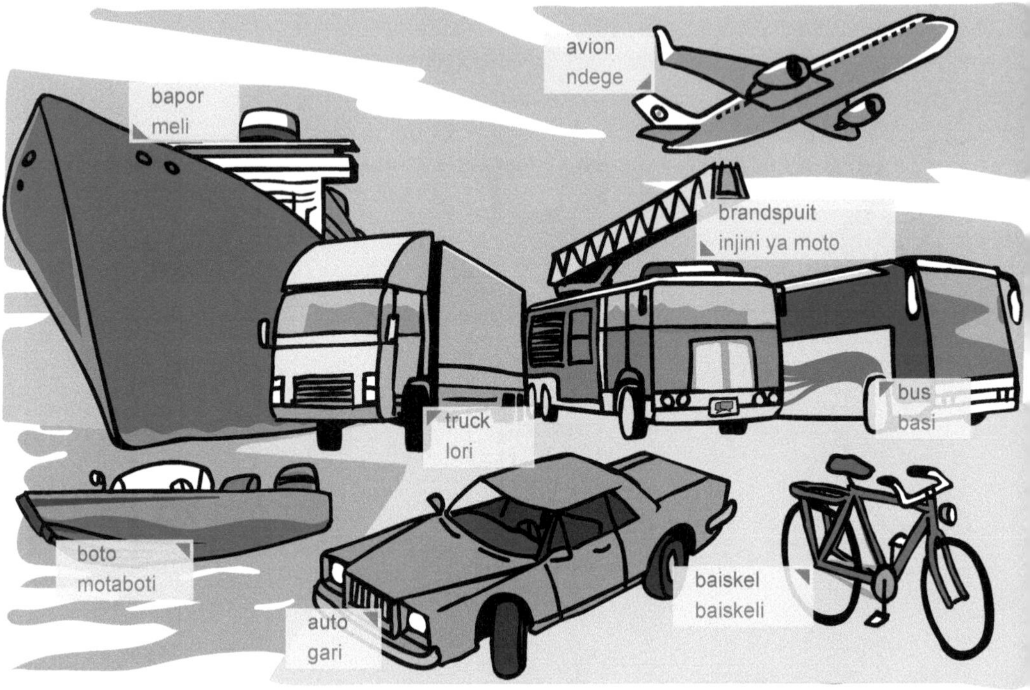
avion
ndege
bapor
meli
brandspuit
injini ya moto
bus
basi
truck
lori
boto
motaboti
baiskel
baiskeli
auto
gari

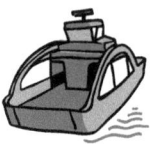

ferry

feri

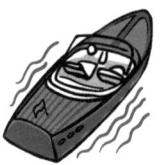

boto

mashua

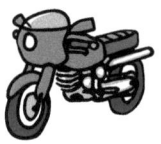

brommer

pikipiki

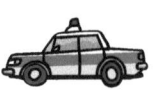

auto di polis

gari la polisi

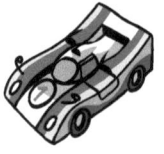

auto di careda

gari la mashindano

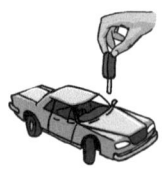

auto di huur

gari la kukodisha

car sharing

kushiriki gari

takelwagen

lori la kuvuta

dump truck

ukusanyaji taka

motor

motor

gasolin

mafuta

pomp di gasolin

kituo cha mafuta

borchi di trafico

ishara trafiki

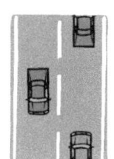

trafico

trafiki

fila

msongamano

parkeerplaats

maegesho

stacion di trein

kituo cha treni

riel

reli

trein

garimoshi

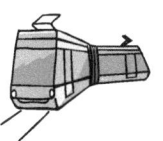

tram

tremu

wagon

gari la mizigo

helicopter

helikopta

aeropuerto

uwanja wa ndege

toren

mnara

pasahero

abiria

container

chombo

caha di carton

katoni

garoshi

mkokoteni

macutu

kikapu

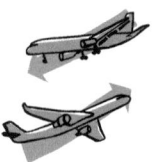

lanta / baha

ondoka

ciudad

jiji

pueblo

kijiji

centro di ciudad

katikati ya jiji

cas

nyumba

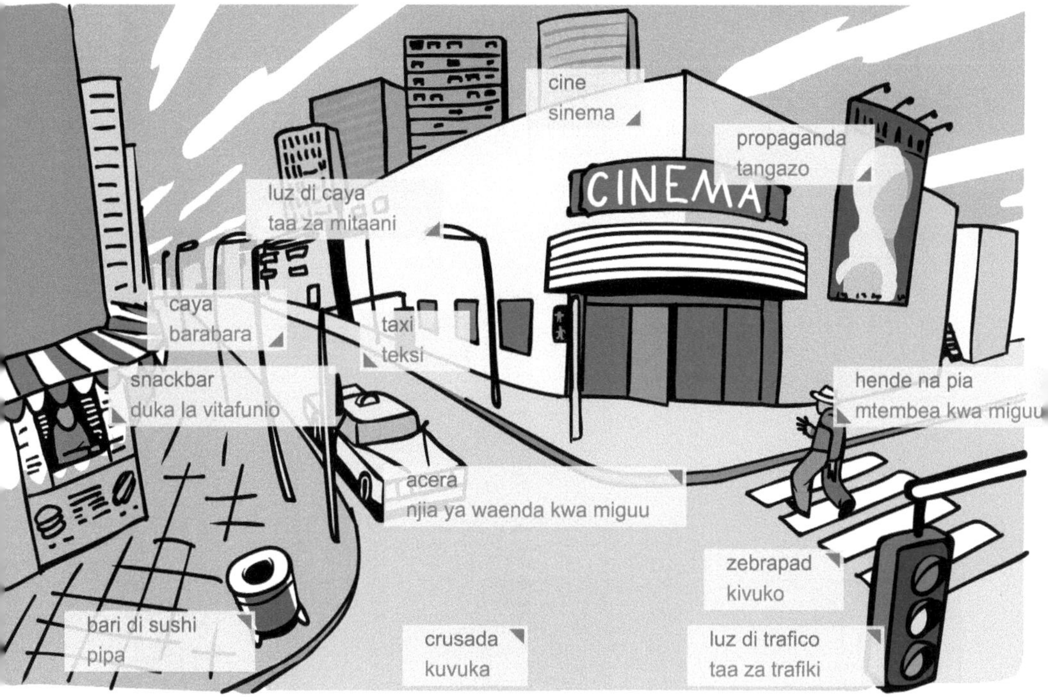
cine
sinema
propaganda
tangazo
CINEMA
luz di caya
taa za mitaani
caya
barabara
taxi
teksi
snackbar
duka la vitafunio
hende na pia
mtembea kwa miguu
acera
njia ya waenda kwa miguu
zebrapad
kivuko
bari di sushi
pipa
crusada
kuvuka
luz di trafico
taa za trafiki

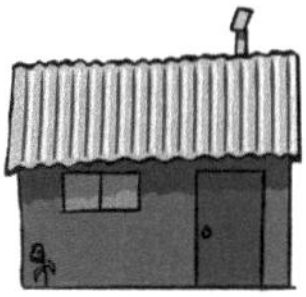
hut
kibanda

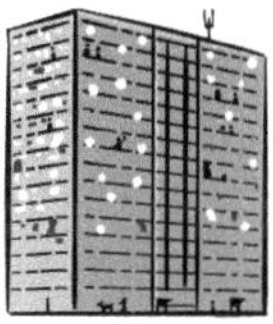
flat
gorofa

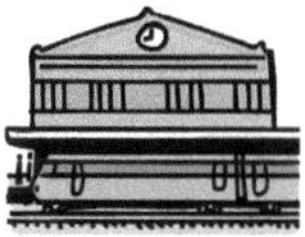
stacion di trein
kituo cha treni

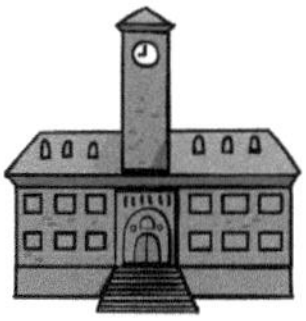
stadhuis
ukumbi wa mji

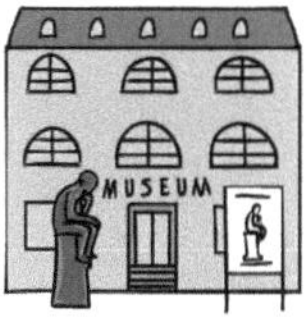
MUSEUM
museo
Makavazi

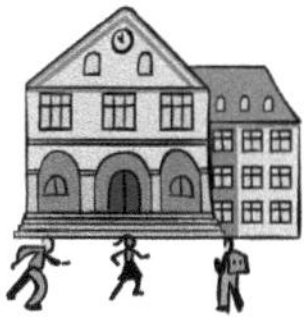
scol
shule

universidad

chuo kikuu

banco

benki

hospital

hospitali

hotel

hoteli

botica

duka la dawa

oficina

ofisi

boekhandel

duka la kitabu

tienda

duka

floresteria

duka la maua

supermarket

dukakuu

mercado

soko

department store

idara ya kuhifadhi

bendedo di pisca

mwuza samaki

shopping center

kituo cha ununuzi

haf

bandari

park

Hifadhi

banki

benki

brug

daraja

trapi

vidato

metro

chini ya ardhi

tunnel

handaki

parada di bus

kituo cha mabasi

bar

bar

restaurant

mgahawa

postbox

sanduku la posta

borchi di nomber di caya

ishara ya barabara

parkeermeter

mita ya maegesho

parke di bestia

bustani ya wanyama

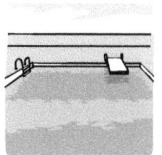

piscina

kidimbwi cha kuogelea

moskee

msikiti

cunucu

shamba

polucion

uchafuzi

santana

makaburini

misa

kanisa

speelplaats

uwanja wa michezo

tempel

hekalu

paisahe
mazingira

blachi
jani

borchi di direccion
ishara ya mwelekeo

caminda
njia

sabana
malisho

piedra
jiwe

palo
mti

keirodo
mtembeaji wa masafa

riu
mto

yerba
nyasi

flor
ua

vallei
bonde

sero
kilima

lago
ziwa

mondi
msitu

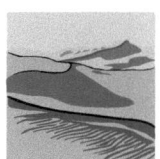

desierto
jangwa

volcan
volkano

kasteel
ngome

arco iris
upinde wa mvua

paddenstoel
uyoga

palma
mtende

sangura
mbu

musca
kuruka

vruminga
chungu

bij
nyuki

haraña
buibui

tor

mende

dori

chura

eekhoorn

kuchakuro

porcospina

nungunungu

coneu

sungura

shoco

bundi

parha

ndege

zwaan

swan

porco di mondi

nguruwe mwitu

bina

kulungu

eland

aina ya kongoni

dam

bwawa

molina di biento

tabo ya upepo

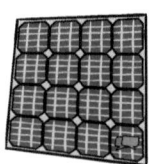

panel solar

nishaji ya jua

clima

hali ya hewa

restaurant
mgahawa

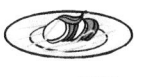

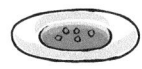

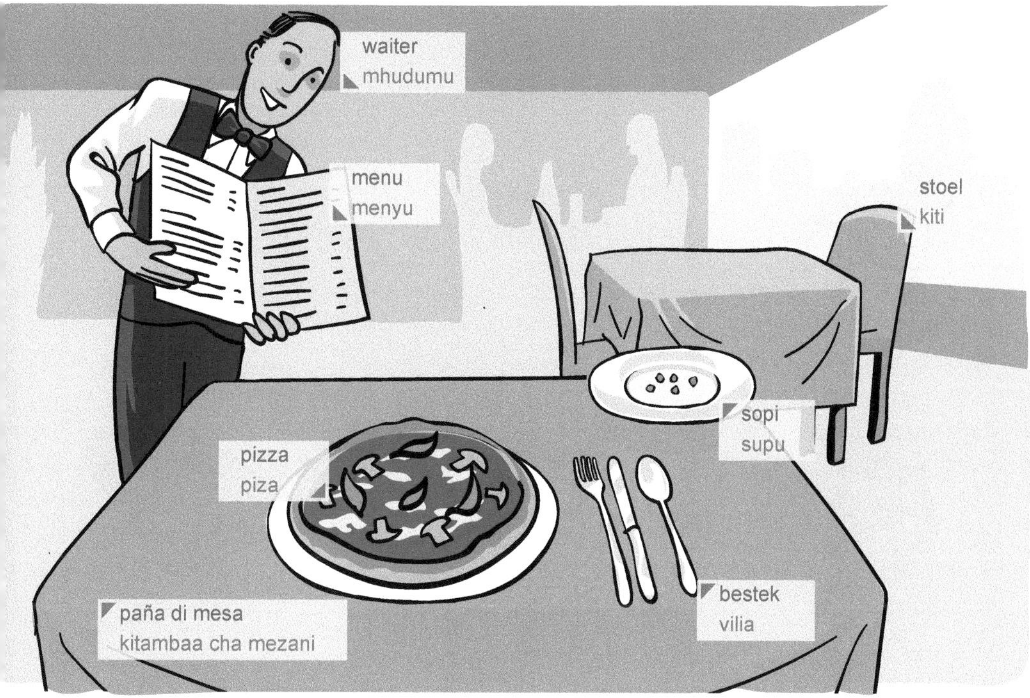

waiter
mhudumu
menu
menyu
stoel
kiti
sopi
supu
pizza
piza
bestek
vilia
paña di mesa
kitambaa cha mezani

aperitivo

kiamsha hamu

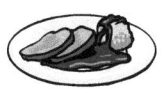

cuminda principal

kozi kuu

dessert

kitindamlo

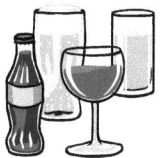

bebida

vinywaji

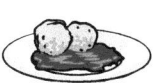

cuminda

chakula

boter

chupa

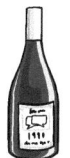

fastfood

chakula cha haraka

streetfood

Streetfood

canica di te

buli

pochi di sucu

kisanduku cha sukari

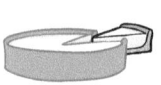

porcion

sehemu

espressomachine

mashine ya espresso

stoel di mucha

kiti kirefu

cuenta

muswada

hasechi

trei

cuchiu

kisu

forki

uma

cuchara

kijiko

telep

kijiko cha chai

napkin

nepi

glas

glasi

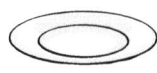

tayo

sahani

tayo di sopi

sahani ya supu

scoter

sufuria

saus

mchuzi

pochi di salo

kichanyaji chumvi

mulina di peper

kinu cha pilipili

binager

siki

azeta

mafuta

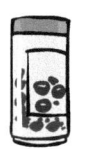

specerij

viungo

ketchup

kechapu

mosterd

haradali

mayonaise

kachumbari nzito

supermarket
dukakuu

oferta special
ofa maalum
FOR
cliente
mteja
producto lacteo
maziwa
fruta
matunda
garoshi di compra
toroli

BUTCHERS

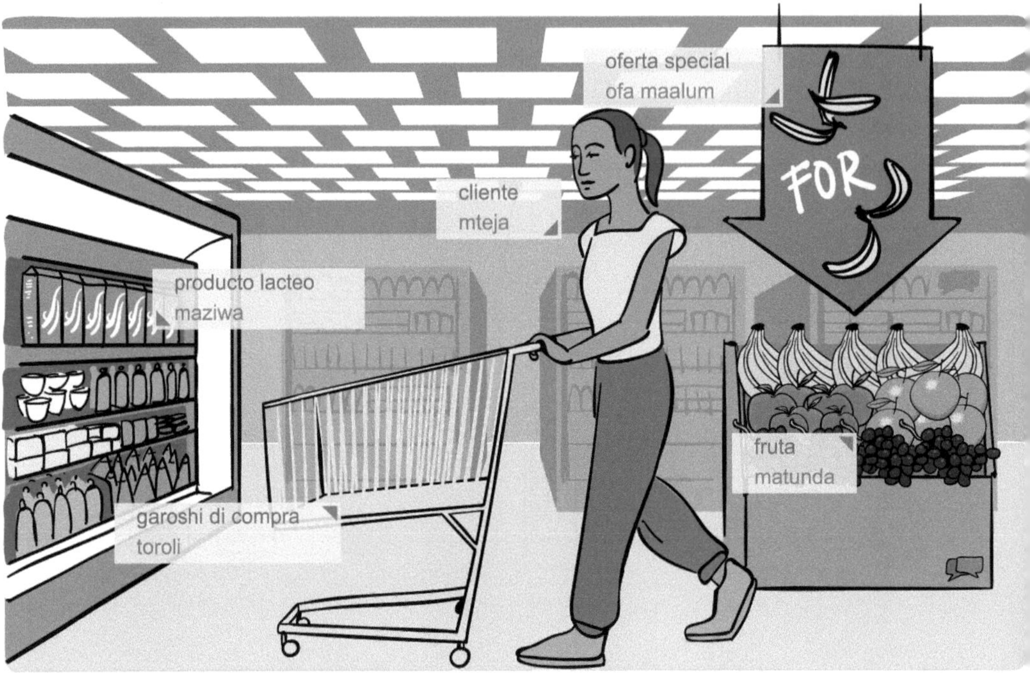

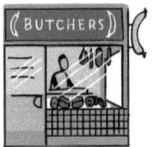

carniceria

mchinjaji

BAKERY

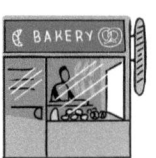

panaderia

mwokaji

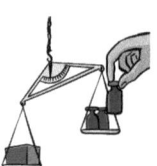

pisa

uzito

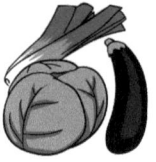

berdura

mboga

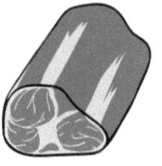

carni

nyama

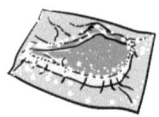

frozen food

chakula waliohifadhiwa

beleg di carni

vipande vya nyama baridi

cuminda di bleki

chakula cha kopo

detergente na puiro

sabuni ya unga

mangel

pipi

producto pa cas

bidhaa za kaya

articulo di limpiesa

bidhaa za kusafisha

bendedo

mtu mauzo

cahero

mpaka

cahero

keshia

lista di compra

orodha ya manunuzi

orario

masaa ya ufunguzi

cartera

mkoba

credit card

kadi

tas

mfuko

saco di plastic

mfuko wa plastiki

awa

maji

juice

sharubati

lechi

maziwa

cola

coke

biña

mvinyo

cerbes

bia

alcohol

pombe

chocomel

kakao

te

chai

koffie

kahawa

espresso

spreso

cappuccino

kapuchino

bacoba

ndizi

appel

tufaha

apelsina

machungwa

milon

tikiti

lamunchi

lemon

wortel

karoti

conoflok

kitunguu saumu

bambu

mianzi

siboyo

kitunguu

mushroom

uyoga

noot

karanga

pasta

nudo

spaghetti

spageti

aros

mpunga

salada

saladi

batata hasa

vibanzi

batata hasa

viazi vya kukaanga

pizza

piza

hamburger

hambaga

sandwich

sandwichi

cutlet

kipande

ham

paja la mnyama

salami

salami

soseishi

soseji

galiña

kuku

hasa

choma

pisca

samaki

papa
oats ya uji

müsli
muesli

cornflakes
cornflakes

hariña
unga

croissant
kroisanti

pan rondo
andazi

pan
mkate

toast
mkate wa kubanika

cuki
biskuti

manteca
siagi

kwark
maziwa mgando

bolo
keki

webo
yai

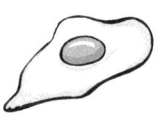

webo hasa
yai kukaanga

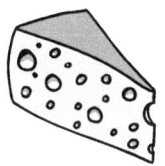

keshi
jibini

ijscream

aiskrimu

sucu

sukari

honing

asali

jam

jemu

pasta di chuculati

kuenea kwa chokoleti

curry

mchuzi wa viungo

cunucu
shamba

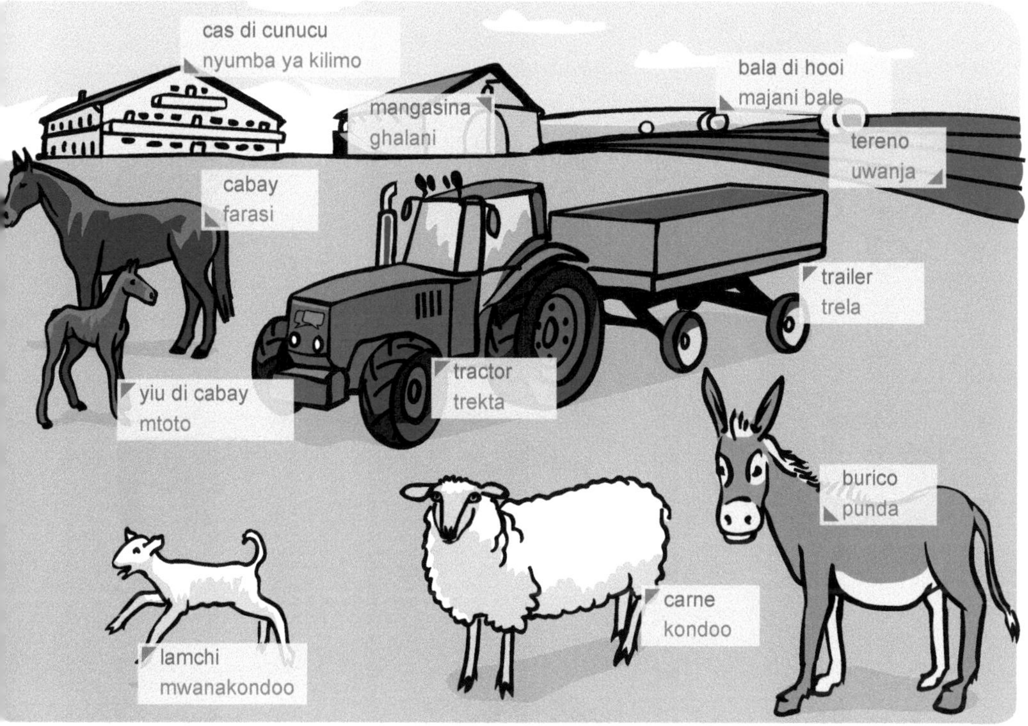
cas di cunucu
nyumba ya kilimo
mangasina
ghalani
bala di hooi
majani bale
tereno
uwanja
cabay
farasi
trailer
trela
tractor
trekta
yiu di cabay
mtoto
burico
punda
carne
kondoo
lamchi
mwanakondoo

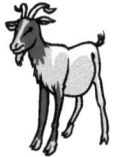

cabrito

mbuzi

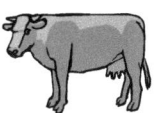

baca

ng'ombe

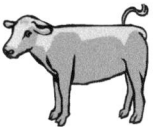

bishe

ndama

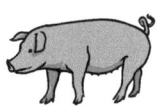

porco

nguruwe

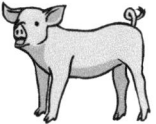

yiu di porco

mwananguruwe

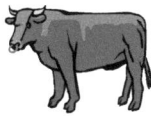

toro

fahali

gans

batabukini

pato

bata

puyito

kifaranga

galiña

kuku

gay

jogoo

djaca

panya

pushi

paka

raton

panya

toro

ng'ombe

cacho

mbwa

cas di cacho

nyumba ya mbwa

slang pa muha mata

bomba la bustani

gieter

debe la kumwagilia maji

herment pa corta yerbe

fyekeo

ploeg

kulima

garabati

mundu

chapi

jembe

forki pa coy hooi

uma wa nyasi

hacha

shoka

garetia

toroli

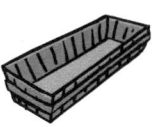

pesebre

kupitia nyimbo

canica di lechi

chombo cha maziwa

saco

gunia

heki

ua

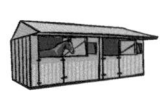

stal

imara

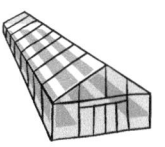

greenhouse

chafu

suela

udongo

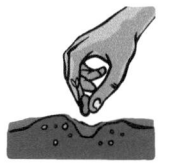

simia

mbegu

mest

mbolea

mashin di cosecha

kivunaji

cosecha

mavuno

cosecha

mavuno

yams

viazi vikuu

trigo

ngano

soya

soya

batata

viazi

maishi

mahindi

canola

rapa

palo di fruta

mti wa matunda

yuca

muhogo

grano

nafaka

cas
nyumba

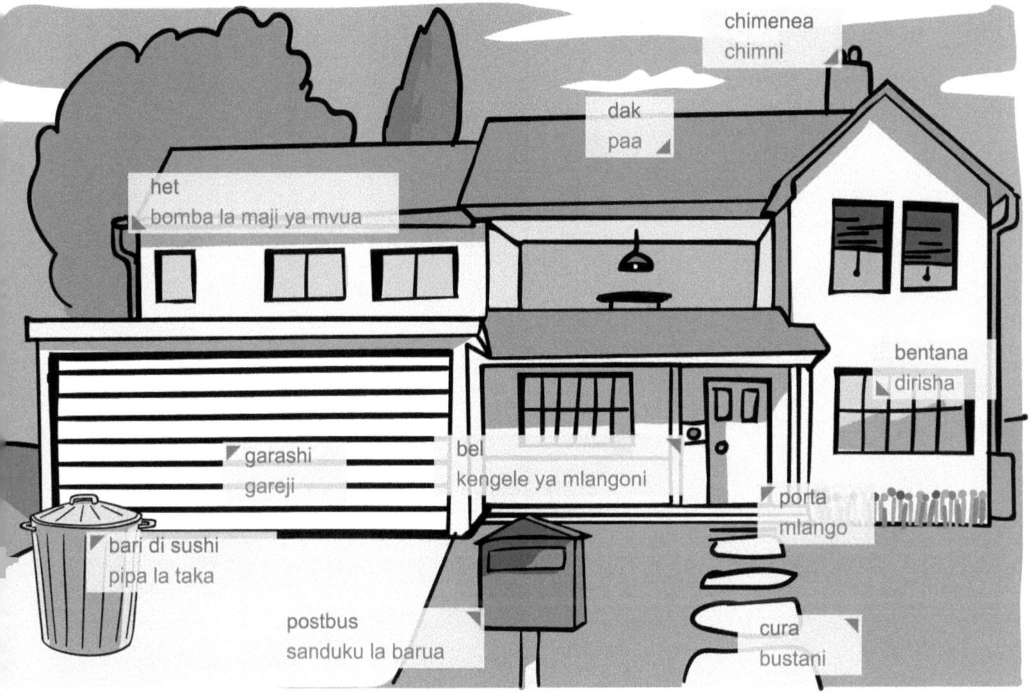

chimenea
chimni
dak
paa
het
bomba la maji ya mvua
bentana
dirisha
garashi
gareji
bel
kengele ya mlangoni
porta
mlango
bari di sushi
pipa la taka
postbus
sanduku la barua
cura
bustani

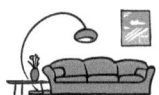

sala

sebuleni

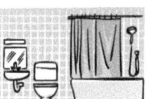

baño

bafu

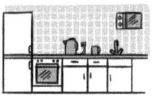

cushina

jikoni

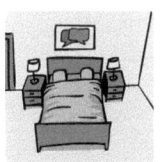

camber

chumba cha kulala

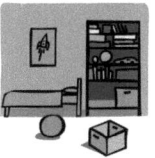

camber di mucha

chumba ya mtoto

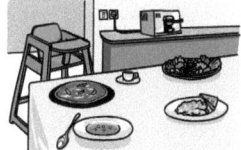

comedo

chumba cha kulia

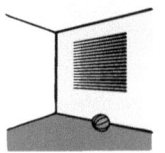

suela

sakafu

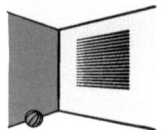

muraya

ukuta

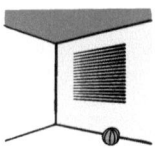

blafon

dari

bodega

pishi

sauna

sauna

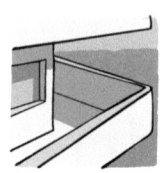

balcon

roshani

terasa

mtaro

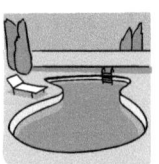

piscina

kidimbwi

mashin di corta yerba

mashine ya kukata nyasi

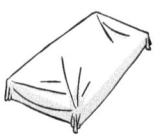

laken

karatasi

bedsprei

kitambaa cha kupamba
kitanda

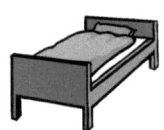

cama

kitanda

basora

ufagio

hemchi

ndoo

switch

kubadili

sala
sebuleni

papel pa papela
mandhari
potret
picha
lampi
taa
reki
rafu
cashi
kabati
television
televisheni/runinga
fogon
mekoni
flor
ua
cusinchi
mto
sofa
sofa
vaas
chombo cha maua
remote control
kitenzambali

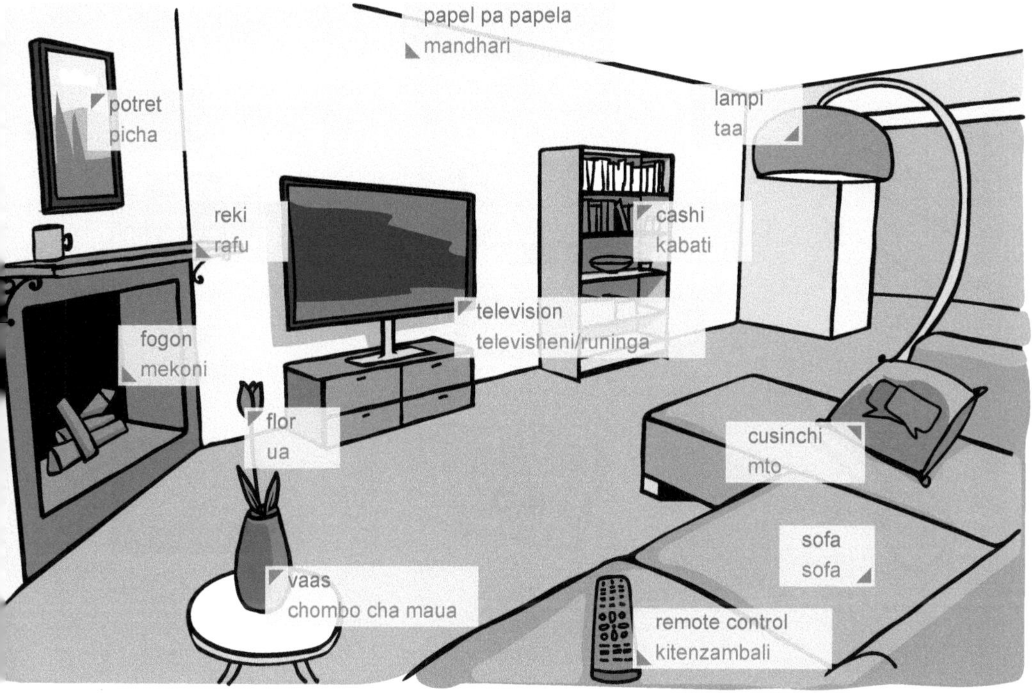

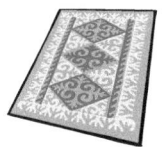

tapijt

zulia

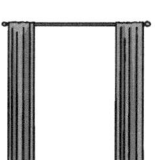

cortina

pazia

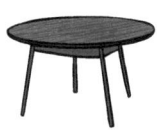

mesa

meza

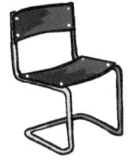

stoel

kiti

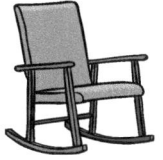

stoel di zoya

kiti cha bembea

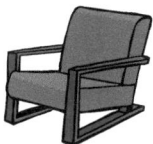

stoel

armchair

buki

kitabu

dekel

blanketi

decoracion

mapambo

palo pa kima

kuni

film

filamu

stereoset

kifaa cha hi-fi

yabi

ufunguo

corant

gazeti

cuadra

uchoraji

poster

bango

radio

redio

blocnote

daftari

stofzuiger

kifyonza

cadushi

dungusi kakati

bela

mshumaa

cushina
jikoni

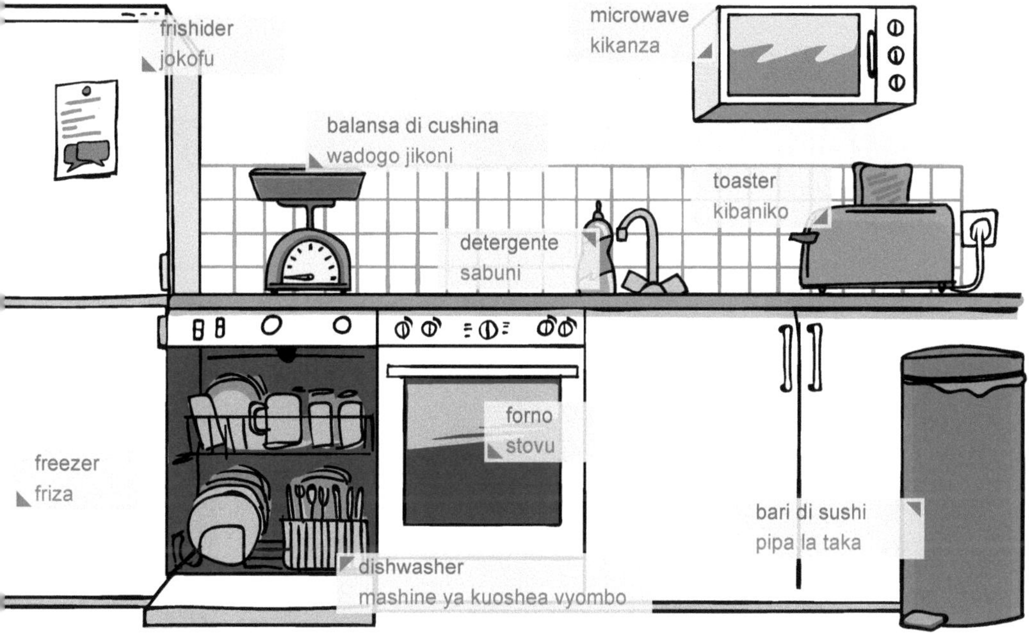
frishider
jokofu
microwave
kikanza
balansa di cushina
wadogo jikoni
toaster
kibaniko
detergente
sabuni
forno
stovu
freezer
friza
bari di sushi
pipa la taka
dishwasher
mashine ya kuoshea vyombo

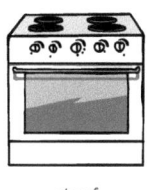

stoof

jiko la kupika

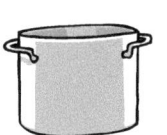

wea

chungu

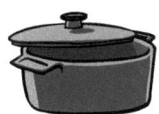

wea di hero

sufuria ya chuma

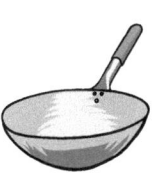

wok

wok / kadai

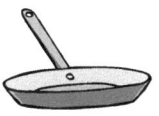

planchi

kaango

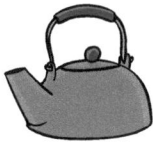

ketel

birika

steamer
stima

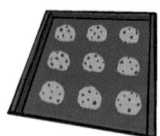

teblachi pa horna
sinia ya kuoka

servies
vyombo vya udongo

beker
kombe

conchi
bakuli

chopstick
vijiti vya kulia

cuchara di sopi
ukawa

spatula
mwiko mpana

garde
burashi

scurido
kichujio

colado
chujio

raspa
mbuzi

fenso
chokaa

barbecue
barbeque

candela
moto wazi

planki pa corta

ubao wa majaribio

rostok

kijiti cha kusukuma unga

kurkentrek

kizibuo

bleki

kopo

cos di habri bleki

inaweza kopo

pannenlap

kishikio cha chungu

wasbak

karo

skeiro

brashi

spons

sifongo

blender

kisagaji matunda

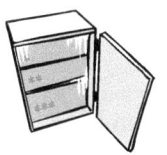

freezer

friji ya kina

tetero

chupa ya mtoto

cranchi

bomba

baño
bafu

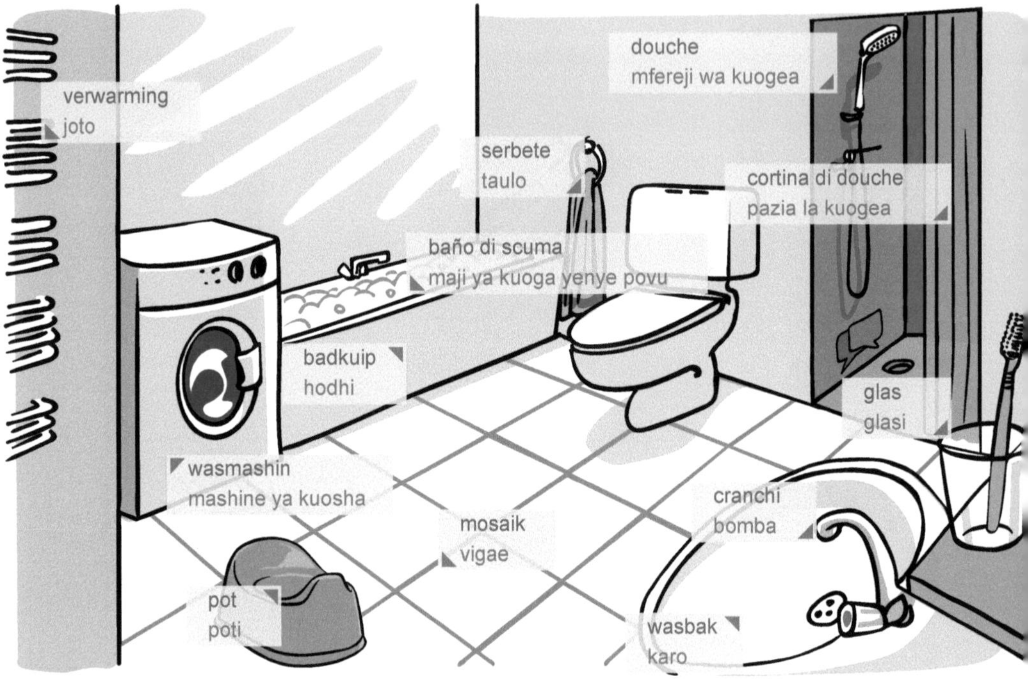

douche
mfereji wa kuogea
verwarming
joto
serbete
taulo
cortina di douche
pazia la kuogea
baño di scuma
maji ya kuoga yenye povu
badkuip
hodhi
glas
glasi
wasmashin
mashine ya kuosha
cranchi
bomba
mosaik
vigae
pot
poti
wasbak
karo

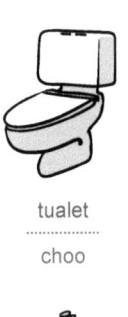

tualet

choo

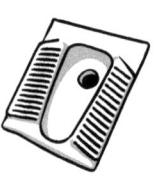

hurktoilet

choo cha squat

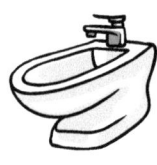

bidet

beseni la mviringo

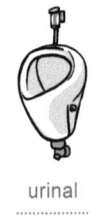

urinal

choo cha umma

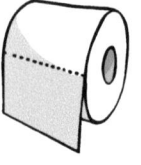

papel di w.c.

shashi

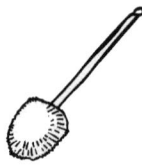

skeiro di w.c.

brashi ya choo

skeiro di djente

mswaki

pasta di djente

dawa ya meno

dental floss

dawa ya meno

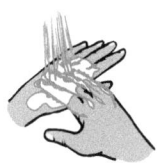
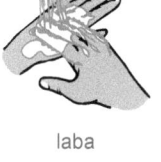

laba

safisha

douche di man

kuoga mkono

bidet

msukumo wa maji

tobo

bonde

skeiro

mpako wa pili

habon

sabuni

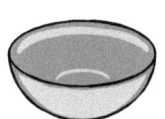

shower gel

jeli ya kuogea

shampoo

shampuu

washandje

flana

drain

toa maji

crema

krimu

desodorante

kiondoa harufu

spiel

kioo

spiel di man

kioo mkono

blet

kinyozi

shaving foam

povu la kunyoa

aftershave

baada ya kunyoa

peña

kichana

skeiro

brashi

blower

kikausha nywele

spray pa cabey

marashi ya nyewele

makeup

vipodozi

lipstick

kidomwa

cos di pinta huña

varnish ya msumari

catuna

pamba

sker pa corta huña

mkasi wa kucha

perfume

manukato

tas
....
mkoba wa kuosha

kruk
....
kinyesi

balansa
....
mizani

bata
....
nguo ya kuoga

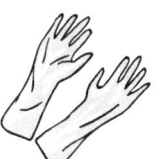

handschoen
....
glavu za mpira

tampon
....
kisodo

kotex
....
sodo

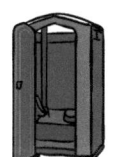

wc kimico
....
kemikali choo

camber di mucha

chumba ya mtoto

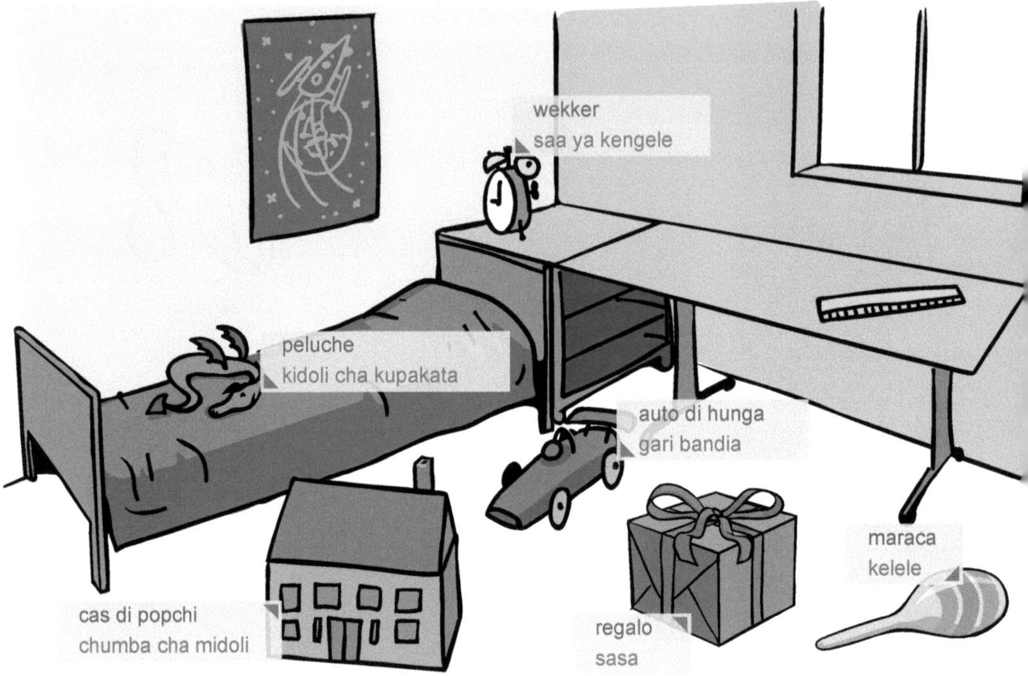

wekker
saa ya kengele
peluche
kidoli cha kupakata
auto di hunga
gari bandia
maraca
kelele
cas di popchi
chumba cha midoli
regalo
sasa

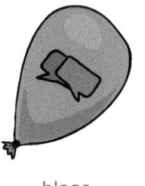

blaas

baluni

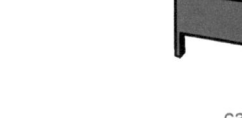

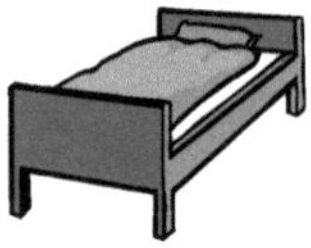

cama

kitanda

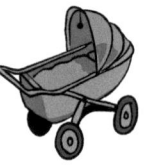

stroller

mashua

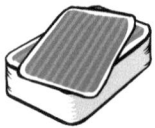

baraha di carta

staha ya kadi

puzzel

mchezo-fumb

SUPER MEGA

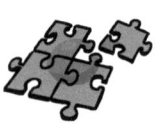

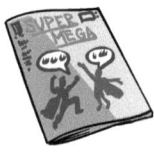

comic

vichekesho

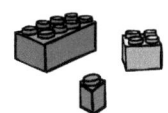

lego

matofali lego

bloki di hunga

vitalu mwigo

figura di accion

hatua takwimu

romper

suti ya kulalia

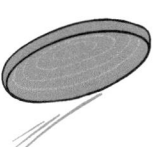

frisbee

kisahani

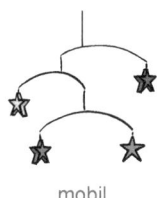

mobil

simu

wega di mesa

ubao wa michezo

dou

kete

set di trein

garimoshi mwigo

chupon

dummy

fiesta

chama

buki di prenchi

picha kitabu

bala

mpira

popchi

kikaragosi

hunga

kucheza

zandbak

shimo la mchanga

zoya

bembea

cos di hunga

vitu bandia

videogame

kiweko cha video ya mchezo

tricycle

baiskeli ya magurudumu

beer

mwanasesere

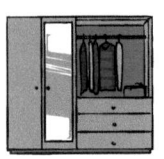

cashi di paña

kabati

matatu

paña

nguo

mea

soksi

mea

stokingi

pantyhose

kibano

sjaal
skafu

faha
ukanda

paraplu
mwavuli

T-shirt
fulana

keds
wakufunzi

boots
viatu

slof
ndara

sandalia
....
malapa

sapato
....
viatu

laars di rubber
....
mabuti ya mpira

carsonsio
....
suruali ya ndani

bh
....
sidiria

flanel
....
fulana

body

mwili

carson

suruali

jeans

dangirizi

saya

sketi

blusa

blauzi

camisa

shati

sweater

vuta

sweater

sweta

blazer

bleza

jacket

jaketi

jas

koti

regenjas

koti la mvua

flus

maleba

shimis

gauni

shimis di bruid

mavazi ya harusi

flus
suti

yapon
vazi la usiku

pidjama
pajama

sari
sari

lenso di cabes
skafu

turban
kilemba

burqa
burka

kaftan
kaftan

abaya
abaya

zwempak
vazi la kuogelea

zwembroek
vazi la kiume la kuogelea

carson cortico
kaptura

trainingspak
teitei

lantera
aproni

handschoen
glavu

boton

kifungo

bril

glasi

armband

bangili

cadena

mkufu

renchi

pete

renchi di horea

herini

pechi

kofia

kapstok

kiango cha koti

sombre

kofia

dashi

tai

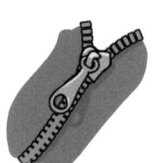

ziper

zipu

helm

kofia

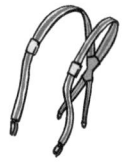

guiel

kanda za suruali

uniform di scol

sare za shule

uniform

sare

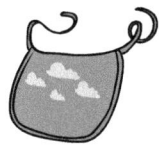

babado

bibu

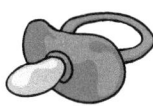

chupon

dummy

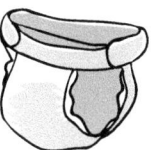

bruki

nepi

oficina
ofisi

server
seva
filekast
kabati la kuweka faili
printer
kichapishaji
papel
karatasi
pantaya
kiwambo
mouse
kipanya
lessenaar
dawati
map
folda
keyboard
kibodi
di sushi
u cha kuweka karatasi chafu
computer
kompyuta
stoel
kiti

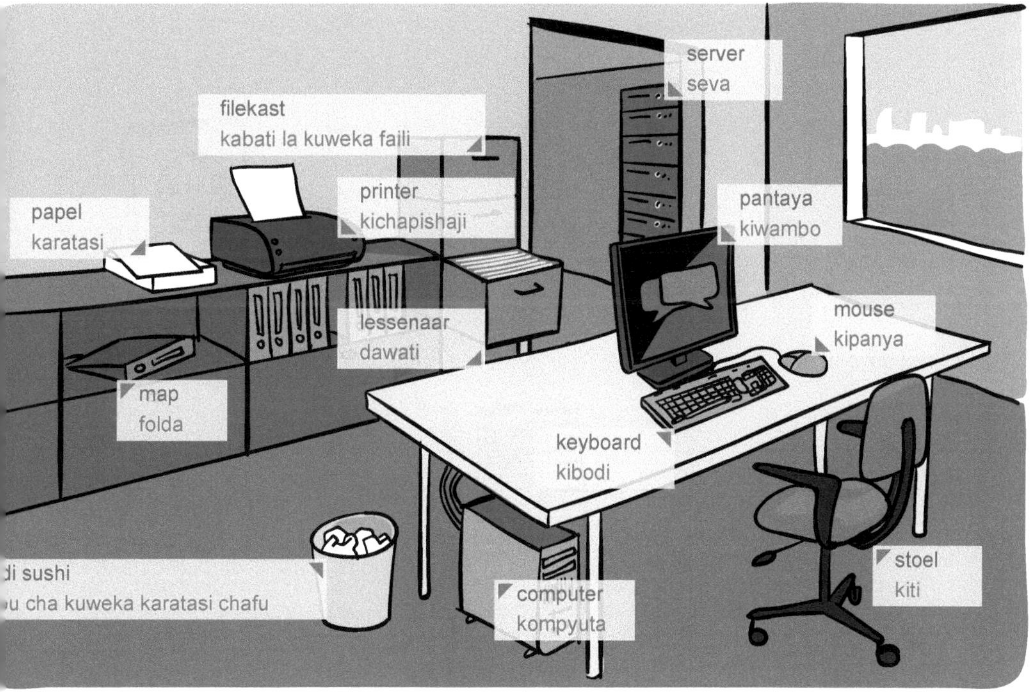

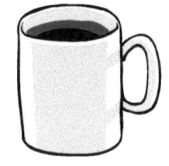

copi pa bebe koffie

kmobe la kahawa

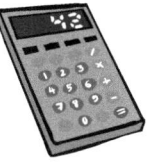

calculator

kikokotoo

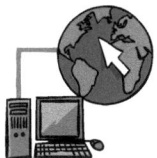

internet

biashara

laptop
mbali

carta
barua

mensahe
ujumbe

celular
rununu

red
intaneti

mashin di copia
fotokopia

software
programu

telefon
simu

stopcontact
soketi

fax mashin
kipepesi

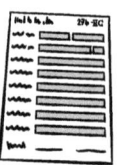

formulario
fomu

documento
hati

cumpra

kununua

paga

kulipa

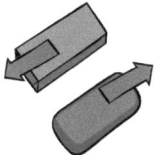

negosha

biashara

placa

fedha

dollar

dola

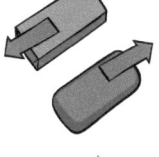

euro

yuro

yen

yeni

roebel

rouble

frank suiso

faranga ya Uswisi

yuan renminbi

renminbi yuan

roepi

rupia

bancomatico

eneo la kulipia

oficina di cambio

ofisi ya ubadilishanaji

oro

dhahabu

plata

fedha

azeta

mafuta

energia

nishati

prijs

bei

contract

mkataba

impuesto

kodi

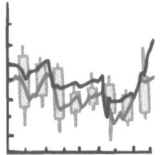

share

bidhaa

traha

kazi

empleado

mfanyakazi

dunado di trabou

mwajiri

fabrica

kiwanda

tienda

duka

agente policial
afisa wa polisi

bombero
mzimamoto

coki
mpishi

dokter
daktari

piloto
rubani

hardinero

mtunza bustani

carpinte

seremala

cosedo

mshonaji

hues

hakimu

kimico

mwanakemia

actor

muigizaji

chauffeur di bus

dereva wa basi

chauffeur di taxi

dereva wa teksi

piscado

mvuvi

hende cu ta haci cas limpi

mwanamke wa kusafisha

drechado di dak

mwezekaji

waiter

mhudumu

jaagdo

mwindaji

verfdo

mchoraji

panadero

mwokaji

electricista

umeme

trahado den construccion

mjenzi

ingeniero

mhandisi

carnicero

mchinjaji

loodgieter

fundi bomba

partido di carta

mwanaposta

solda
mwanajeshi

arkitecto
msanifu majengo

cahero
keshia

florista
muuza maua

pelukero / pelukera
msusi

controlado di ticket
kondakta

mecanico
mekanika

capitan
nahodha

dentista
daktari wa meno

cientifico
mwanasayansi

rabbi
rabbi

imam
imamu

monk
mtawa

pastor
kasisi

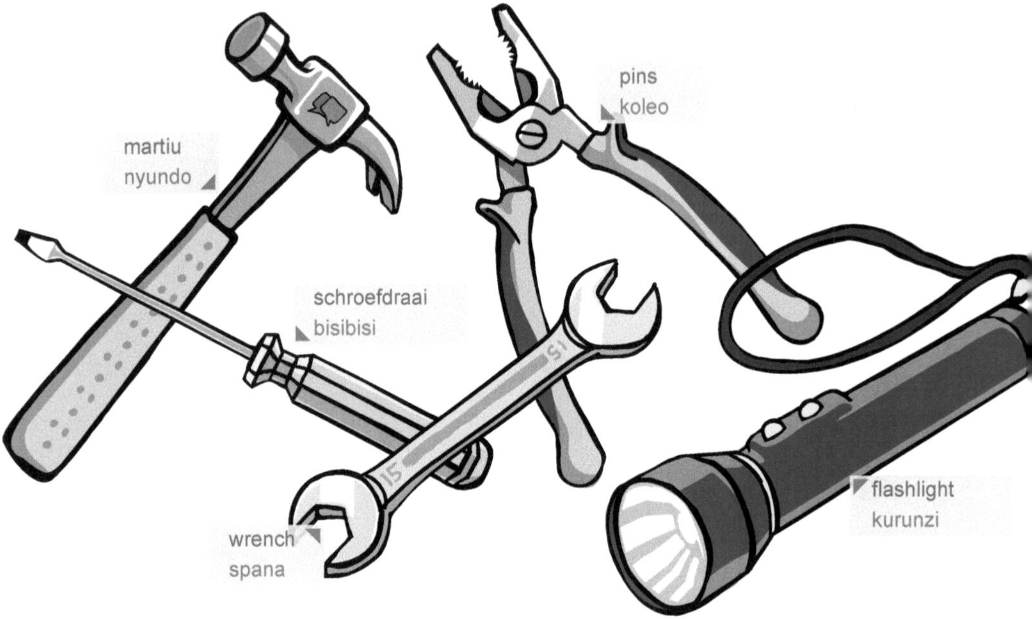

martiu
nyundo

pins
koleo

schroefdraai
bisibisi

wrench
spana

flashlight
kurunzi

bulldozer

mchimbaji

caha di herment

sanduku la vifaa

trapi

ngazi

zaag

msumeno

clabo

misumari

boormashin

kuchimba visima

drecha
kukarabati

shobel
sepetu

caraho!
Lo!

scop
kishikio cha uchafu

bleki di verf
chungu cha rangi

schroef
skurubu

instrumento musical
ala za muziki

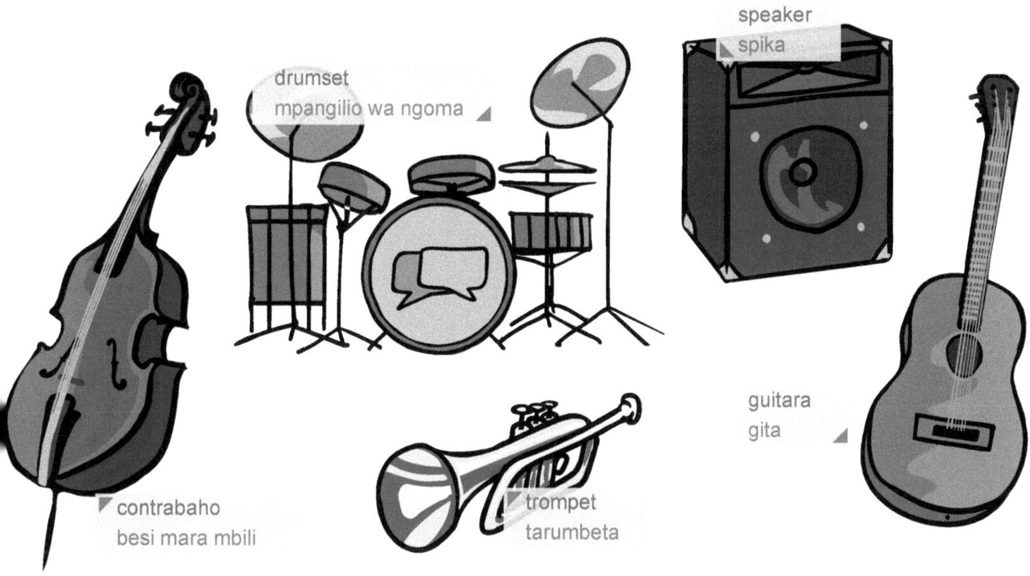

drumset
mpangilio wa ngoma

speaker
spika

guitara
gita

contrabaho
besi mara mbili

trompet
tarumbeta

piano

piano

fio

fidla

baho

ubeji

timbal

timpani

tambu

ngoma

keyboard

kibodi

saxofon

saksafoni

fluit

filimbi

microfon

maikrofoni

parke di bestia
bustani ya wanyama

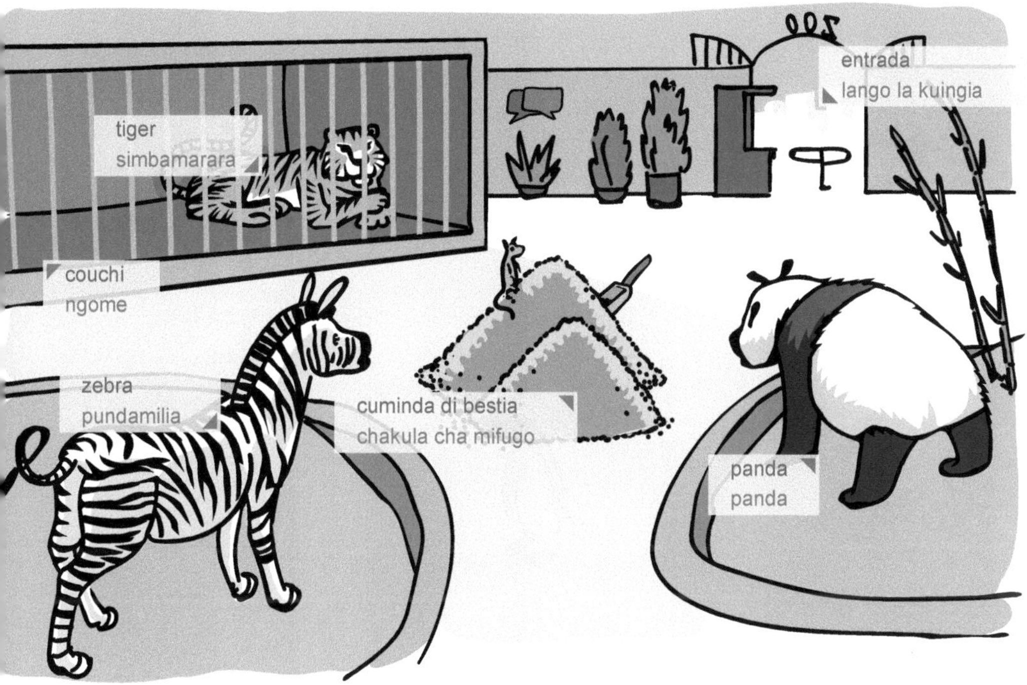

tiger
simbamarara
entrada
lango la kuingia
couchi
ngome
zebra
pundamilia
cuminda di bestia
chakula cha mifugo
panda
panda

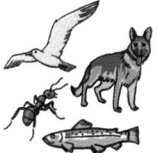

animal

wanyama

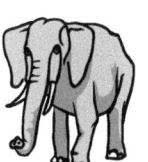

olifante

tembo

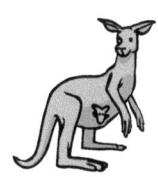

cangaru

kangaruu

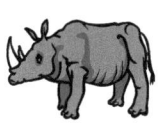

neushoorn

kifaru

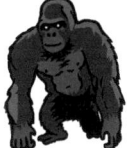

gorila

sokwe

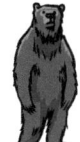

beer

dubu

camel

ngamia

avestruz

mbuni

leon

simba

macaco

tumbili

flamingo

heroe

lora

kasuku

beer polar

dubu

pinguin

penguini

tribon

papa

pauwies

tausi

colebra

nyoka

caiman

mamba

cuidado di bestia

mtunza wanyama

cacho di awa

muhuri

jaguar

jaguar

pony

mwanafarasi

leopardo

chui

hipopotamo

kiboko

giraf

twiga

aguila

tai

porco di mondi

nguruwe mwitu

pisca

samaki

turtuga

kobe

walrus

sili

vos

mbweha

gazelle

paa

futbol Americano
soka ya marekani

ciclismo
uendeshaji baiskeli

tennis
tenisi

basketball
mpira wa kikapu

landamento
kuogelea

boxeo
ndondi

ice hockey
magongo ya barafuni

futbol

soka

badminton

vinyoya

atletismo

riadha

handbal

mpira wa mikono

ski

skii

polo

polo

actividad
shughuli

hari
cheka
bula
kuruka
brasa
kumbatia
canta
kuimba
cana
kutembea
soña
ota ndoto
resa
kuomba
sunchi
busu

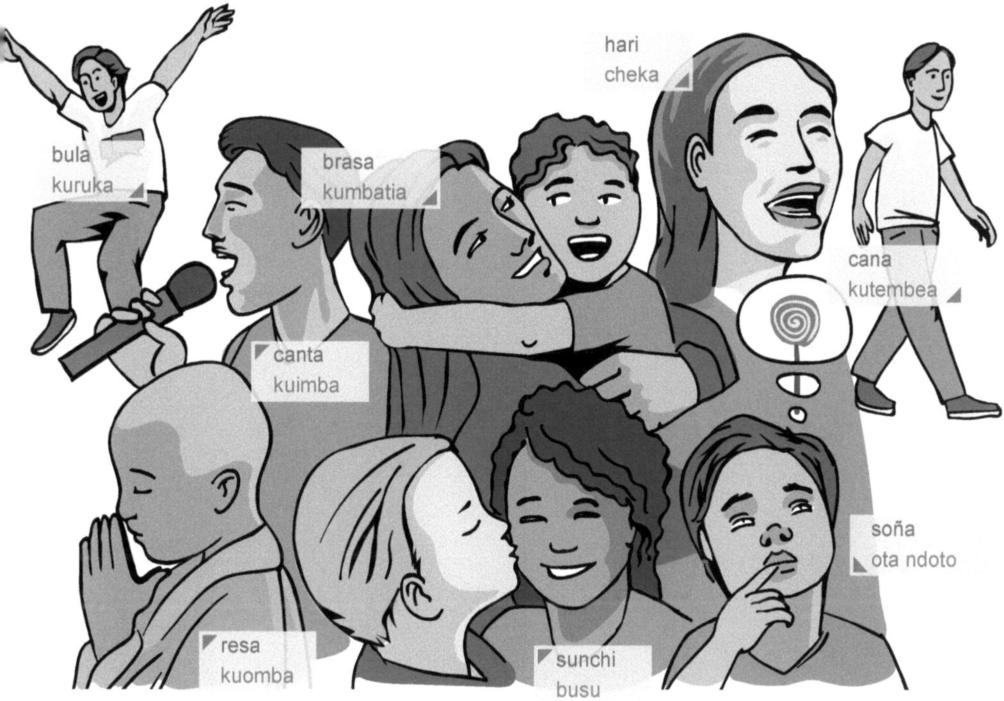

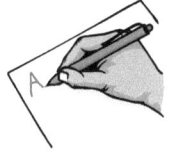

skirbi
kuandika

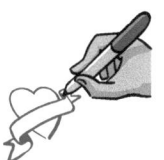

pinta
kuteka

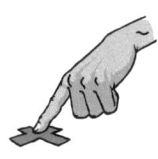

mustra
angalia

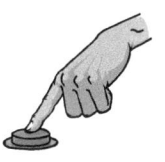

primi
sukuma

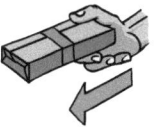

duna
kutoa

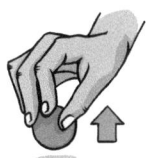

coy
kuchukua

tin
kuwa

haci
fanya

ta
kuwa

para
kusimama

core
kukimbia

ranca
vuta

tira
kutupa

cay
kuanguka

drumi
hadaa

warda
kusubiri

carga
kubeba

sinta
kukaa

bisti
vaa nguo

drumi
usingizi

lanta fo'i soño
kuamka

mira
kuangalia

yora
lia

caricia
kiharusi

peña
chana nywele

papia
ongea

compronde
kuelewa

puntra
kuuliza

scucha
kusikiliza

bebe
kunywa

come
kula

ruim op
nadhifisha

stima
upendo

cushna
mpishi

bai
gari

bula
kuruka

zeilo

meli

conta

kokotoa

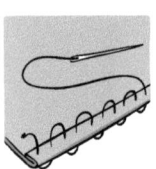

lesa

kusoma

siña

kujifunza

traha

kazi

casa

kuoa

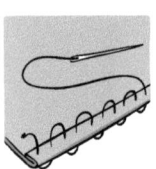

cose

kushona

skeiro djente

piga mswaki

mata

kuua

huma

moshi

manda

kutuma

famia
familia

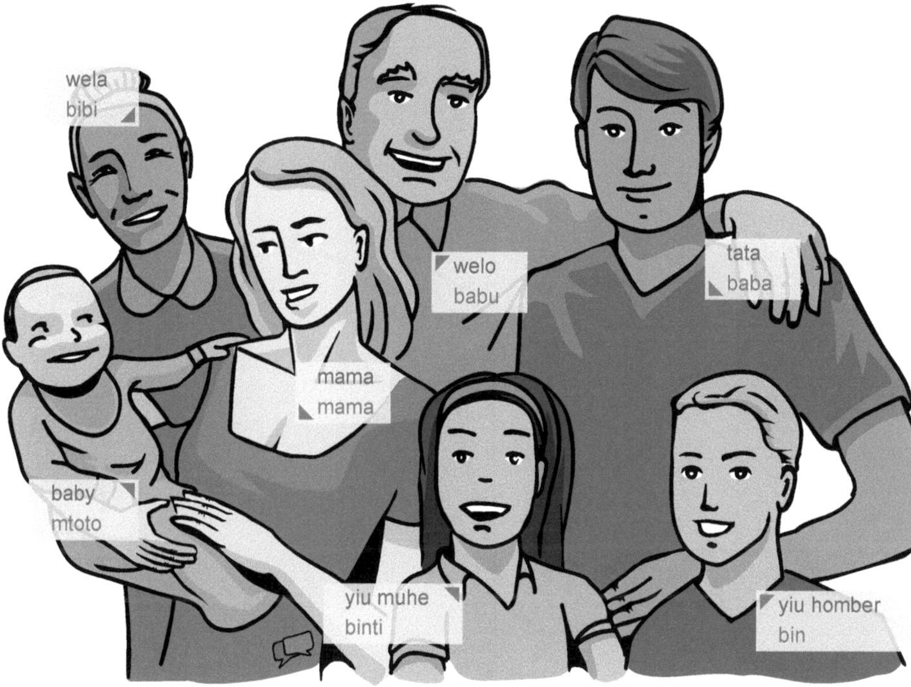
wela
bibi
welo
babu
tata
baba
mama
mama
baby
mtoto
yiu muhe
binti
yiu homber
bin

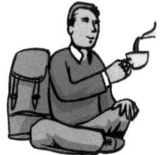

huesped

mgeni

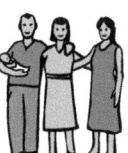

tanta

shangazi

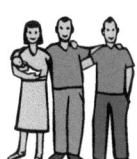

omo

mjomba

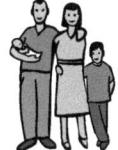

ruman homber

kaka

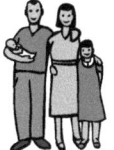

ruman muhe

dada

curpa
mwili

frenta
paji la uso
wowo
jicho
schouder
bega
dede
kidole
cara
uso
cachete
kidevu
man
mkono
pia
mguu
pecho
matiti
brasa
mkono

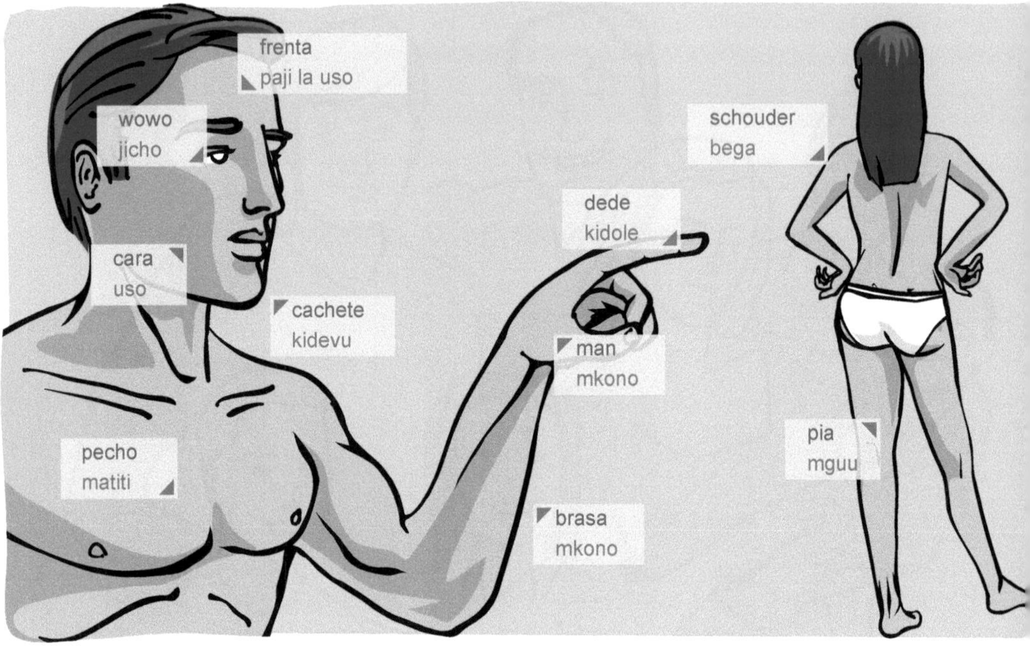

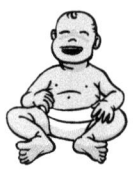

baby
mtoto

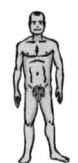

homber
mwanamume

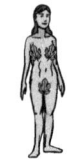

muhe
mwanamke

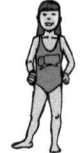

mucha muhe
msichana

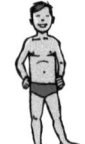

mucha homber
mvulana

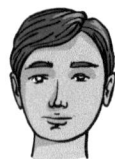

cabes
kichwa

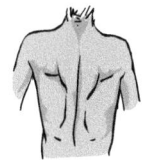

lomba
nyuma

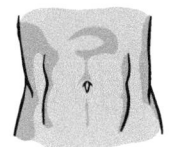

bariga
tumbo

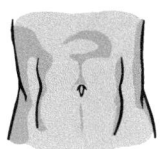

lombrishi
kitovu

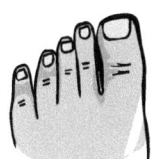

dede di pia
chano

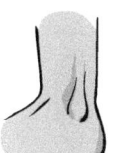

hilchi
kisigino

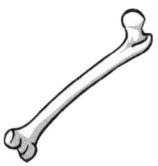

weso
mfupa

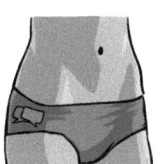

heup
nyonga

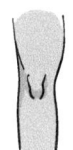

rudia
goti

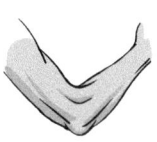

elleboog
kiwiko

nanishi
pua

chanchan
chini

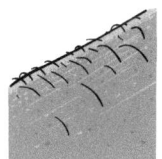

cuero
ngozi

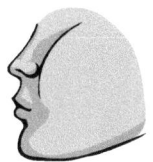

wang
shavu

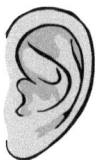

horea
sikio

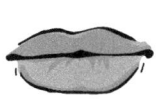

lip
mdomo

boca

kinywa

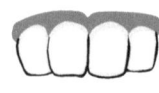

djente

jino

lenga

ulimi

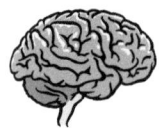

celebro

ubongo

curason

moyo

musculo

misuli

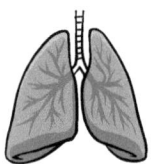

pulmon

pafu

higra

ini

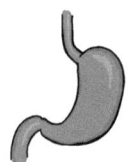

stoma

tumbo

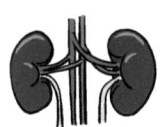

nier

figo

sex

jinsia

condon

kondomu

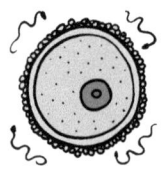

ovulo

ovari

sperma

shahawa

embaraso

mimba

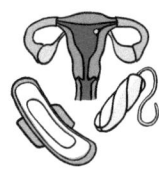

menstruacion

hedhi

vagina

uke

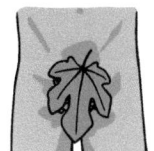

penis

uume

wenkbrauw

unyusi

cabey

nywele

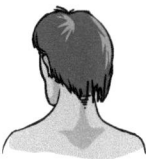

nek

shingo

hospital
hospitali

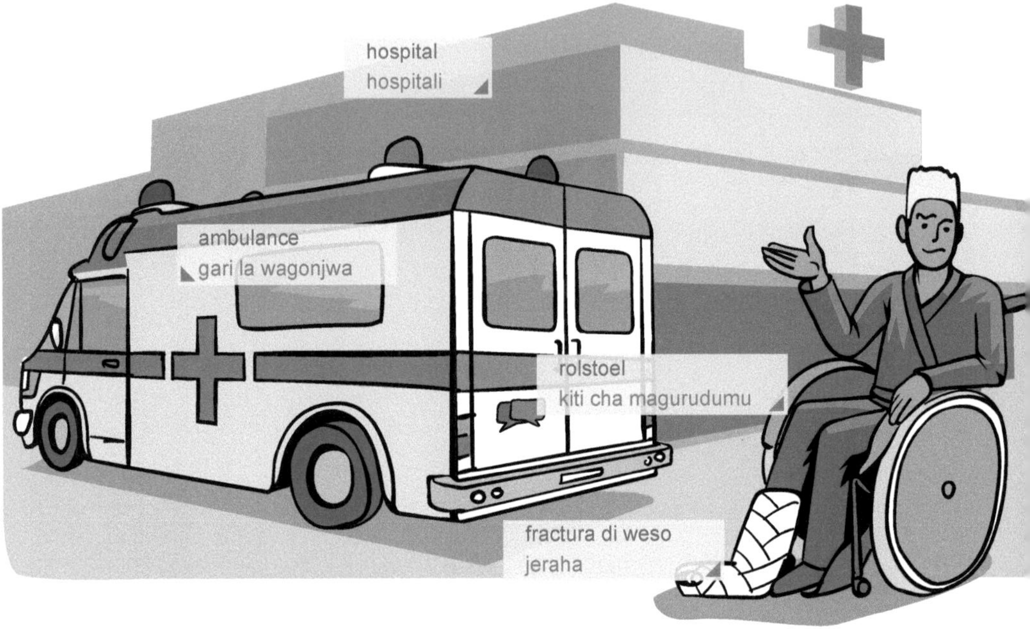

hospital
hospitali
ambulance
gari la wagonjwa
rolstoel
kiti cha magurudumu
fractura di weso
jeraha

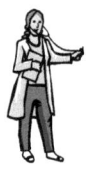

dokter
daktari

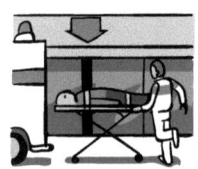

EHBO (prome asistencia/eerste hulp)
chumba cha dharura

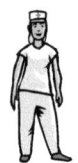

nurse
muuguzi

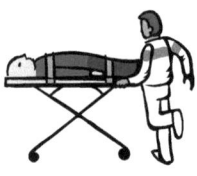

caso di emergencia
dharura

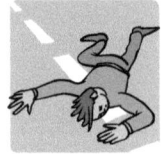

fo'i tino
kupoteza fahamu

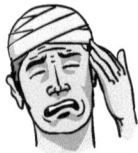

dolor
maumivu

lesion

kuumia

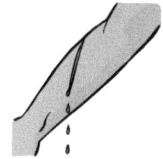

sangramento

kutokwa na damu

ataca di curason

mshtuko wa moyo

ataca celebral

kiharusi

alergia

mzio

tosa

kikohozi

keintura

homa

griep

mafua

diarea

kuharisha

dolor di cabes

maumivu ya kichwa

cancer

kansa

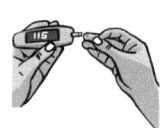

diabetes

ugonjwa wa kisukari

ciruhano

daktari mpasuaji

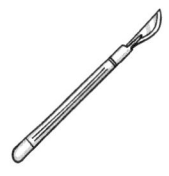

scalpel

kisu kidogo cha kupasulia

operacion

operesheni

CT

picha changanufu ya mwili

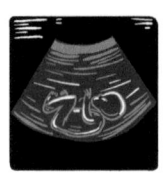

x-ray

Eksrei

echo

mawimbi sauti

masker contra stof

barakoa ya uso

malesa

ugonjwa

sala di espera

chumba cha kusubiri

kruk

mkongojo

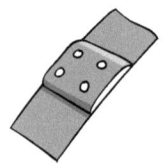

pleister

plasta

verband

bendeji

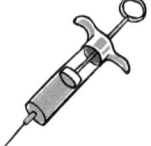

inyeccion

sindano

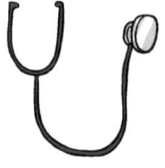

stetoscop

stetoskopu

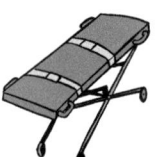

brancard

machela

thermometer

kipimajoto cha kliniki

nacemento

kuzaliwa

sobrepeso

unene kupita kiasi

aparato pa oido

kusikia misaada

desinfectante

kipukusi

infeccion

maambukizi

virus

virusi

HIV / AIDS

VVU / UKIMWI

remedi

dawa

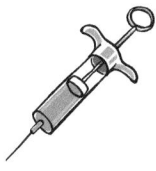

vacuna

chanjo

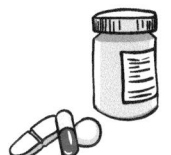

pilder

vidonge

pilder

kidonge

yamada di emergencia

simu ya dharura

aparato pa midi presion

haemodainamometa

malo / saludabel

mgonjwa / mwenye afya

auxilio!

Msaada!

alarma

kengele

atraco

pigo

atake

shambulizi

peliger

hatari

salida di emergencia

lango la dharura

candela

Moto!

brandspuit

kizima moto

desgracia

ajali

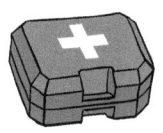

caha di prome asistencia

vifaa vya huduma ya kwanza

SOS

wito wa msaada

polis

polisi

Europa

Ulaya

Noord America

Amerika ya Kaskazini

Sur America

Amerika ya Kusini

Africa

Afrika

Asia

Asia

Australia

Australia

Oceano Atlantico

Atlantiki

Oceano Pacifico

Pasifiki

Oceano Indio

Bahari ya Hindi

Oceano Antartico

Bahari ya Antaktiki

Oceano Artico

Bahari ya Aktiki

Noordpool

Ncha ya Kaskazini

Zuidpool

Ncha ya Kusini

Antartica

Antaktika

mundo

dunia

tera

nchi

lama

bahari

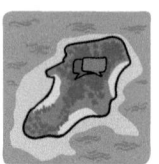

isla

kisiwa

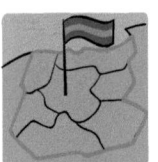

nacion

taifa

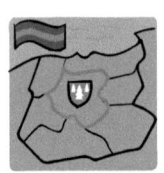

estado

jimbo

holoshi analog

uso wa saa

wijzer chikito

akrabu ya saa

wijzer grandi

akrabu ya dakika

wijzer di seconde

akrabu ya sekunde

Cuant'or tin?

Ni saa ngapi?

dia

siku

tempo

wakati

awor

sasa

holoshi digital

saa ya dijitali

minuut

dakika

ora

saa

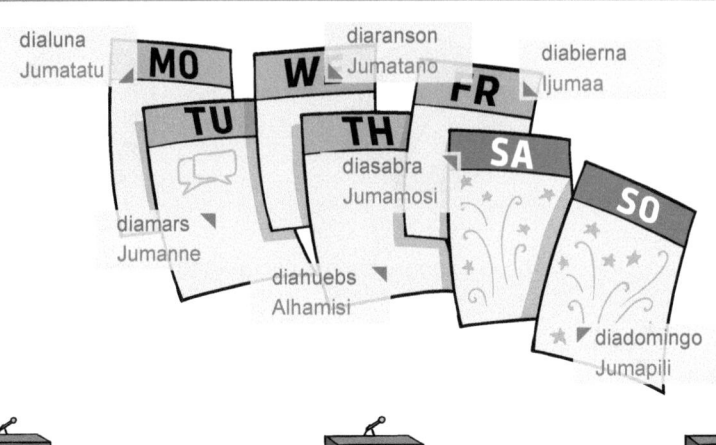

dialuna
Jumatatu

diaranson
Jumatano

diabierna
Ijumaa

diamars
Jumanne

diasabra
Jumamosi

diahuebs
Alhamisi

diadomingo
Jumapili

ayera
jana

awe
leo

mañan
kesho

mainta
asubuhi

merdia
saa sita mchana

anochi
jioni

dia di trabou
siku za biashara

weekend
mwishoni mwa wiki

año
mwaka

awacero
mvua
arco iris
upinde wa mvua
sneeuw
theluji
biento
upepo
lente
majira ya machipuko
herfst
vuli
zomer
kiangazi
winter
majira ya baridi

4.APRIL 11°
5.APRIL 4°
6.APRIL 13°
7.APRIL 8°
8.APRIL 10°

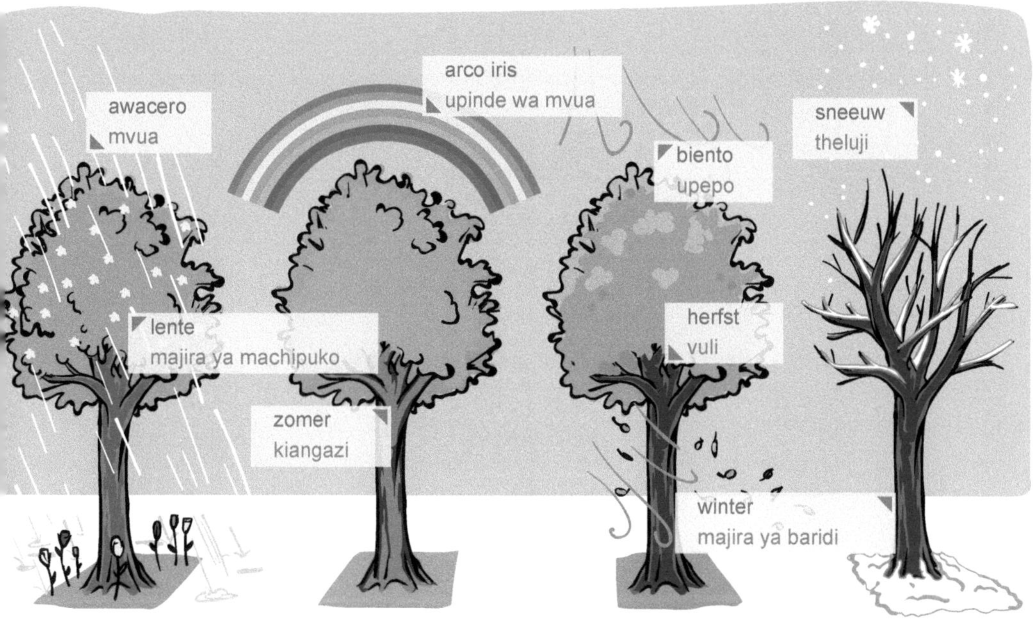

pronostico di tempo

utabiri wa hali ya hewa

F C
120 90 60 30 0 -30
40 30 20 10 0 -10 -20

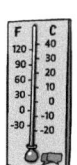

thermometer

kipimajoto

solo ta briya

mwanga wa jua

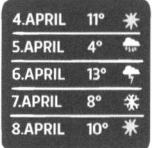

nubia

wingu

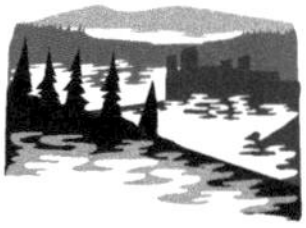

neblina

ukungu

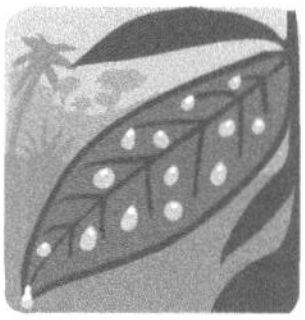

humedad

unyevu

lamper

umeme

strena

radi

mal tempo

dhoruba

hagel

mvua ya mawe

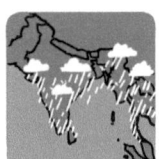

mal tempo

monsuni

inundacion

mafuriko

ijs

barafu

januari

Januari

februari

Februari

maart

Machi

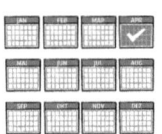

april

Aprili

mei

Mei

juni

Juni

juli

Julai

augustus

Agosti

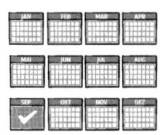

september
....
Septemba

october
....
Oktoba

november
....
Novemba

december
....
Desemba

forma
maumbo

circulo
....
mduara

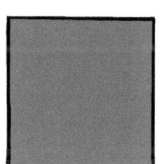

cuadra
....
mraba

rectangulo
....
mstatili

triangulo
....
pembetatu

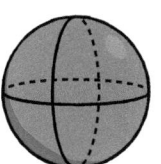

bol
....
nyanja

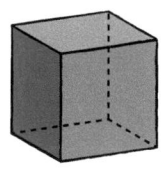

kubus
....
mchemraba

blanco

nyeupe

geel

manjano

oraño

chungwa

ros

rangi ya waridi

cora

nyekundu

biña

hudhurungi

blauw

bluu

berde

kijani

bruin

hanja

shinishi

jivujivu

preto

nyeusi

hopi / tiki

mengi / kidogo

rabia / trankil

hasira / pole

bunita / mahos

nzuri / mbaya

comienso / final

mwanzo / mwisho

grandi / chikito

kubwa / ndogo

cla / scur

angavu / giza

ruman homber / ruman muhe

kaka / dada

limpi / sushi

safi / chafu

completo / incompleto

kamilika / tokamilika

dia / anochi

siku / usiku

morto / bibo

wafu / hai

hancho / smal

pana / nyembamba

comibel / incomibel

kulika / kutolika

mal hende / bon hende

ovu / ema

ansioso / ferfela bo mes

sisimkwa / udhika

gordo / flaco

nene / nyembamba

prome / ultimo

kwanza / mwisho

amigo / enemigo

rafiki / adui

yen / bashi

jaa / tupu

duro / moli

ngumu / laini

pisa / lihe

nzito / nyepesi

hamber / sed

njaa / kiu

malo / saludabel

mgonjwa / mwenye afya

ilegal / legal

haramu / kisheria

inteligente / sabi

akili / kijinga

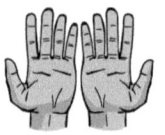

robes / drechi

kushoto / kulia

cerca / leu

karibu / mbali

nobo / uza
....
mpya / kutumika

nada / algo
....
kitu / jambo

bieu / jong
....
zee / changa

cendi / paga
....
waka / zima

habri / cera
....
wazi / fungwa

keto / duro
....
utulivu / kelele

rico / pober
....
tajiri / masikini

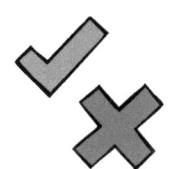

bon / fout
....
sahihi / kosa

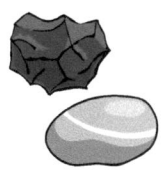

grof / liso
....
mbaya / laini

tristo / contento
....
huzunika / furahia

cortico / largo
....
fupi /ndefu

pocopoco / lihe
....
polepole / haraka

muha / seco
....
nyevu / kavu

cayente / friu
....
joto / baridi

guera / paz
....
vita / amani

0

cero

sufuri

1

un

moja

2

dos

mbili

3

tres

tatu

4

cuater

nne

5

cinco

tano

6

seis

sita

7

shete

saba

8

ocho

nane

9

nuebe

tisa

10

dies

kumi

11

diesun

kumi na moja

12

diesdos

kumi na mbili

13

diestres

kumi na tatu

14

diescuatro

kumi na nne

15

diescinco

kumi na tano

16

diesseis

kumi na sita

17

diesshete

kumi na saba

18

diesocho

kumi na nane

19

diesnuebe

kumi na tisa

20

binti

ishirini

100

shen

mia

1.000

mil

elfu

1.000.000

miyon

milioni

idioma

lugha

Ingles

Kiingereza

Ingles Mericano

Kiingereza cha Marekani

Chines Mandarin

Kimandarini cha Uchina

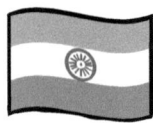

Hindi

Kihindi

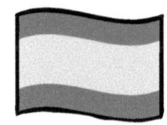

Spaño

Kihispania

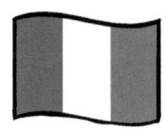

Frances

Kifaransa

Arabe

Kiarabu

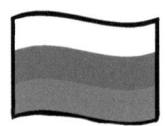

Ruso

Kirusi

Portugues

Kireno

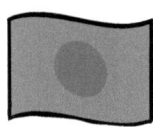

Bengal

Kibengali

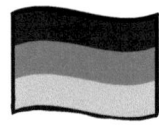

Aleman

Kijerumani

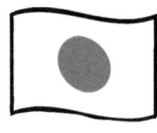

Hapones

Kijapani

ami

mimi

abo

wewe

e

yeye / yeye / ni

nos

sisi

boso

wewe

nan

wao

ken?

nani?

kico?

nini?

con?

jinsi gani?

unda?

wapi?

ki ora?

lini?

nomber

jina

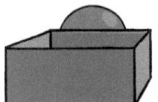

patras
....
nyuma

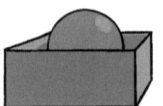

den
....
katika

dilanti di
....
mbele ya

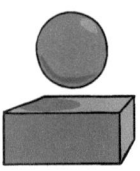

ariba
....
juu ya

riba
....
kwenye

bou di
....
chini ya

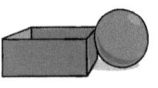

banda di
....
kando

entre
....
kati

luga
....
mahali